வெயில் தின்ற மழை

வெயில் தின்ற மழை

நிலாரசிகன்

உயிர்மை
பதிப்பகம்

விலை ரூ. 50

உயிர்மை பதிப்பக வெளியீடு : 328

வெயில் தின்ற மழை / கவிதைகள் / ஆசிரியர்: நிலாரசிகன் / © நிலா ரசிகன் / முதல் பதிப்பு : டிசம்பர் 2010 / வெளியீடு : உயிர்மை பதிப்பகம், 11/29 சுப்பிரமணியம் தெரு, அபிராமபுரம். சென்னை –600 018 தொலை பேசி : 91 – 44 – 24993448, மின்னஞ்சல் : uyirmmai@gmail.com, இணையதளம்: www.uyirmmai.com / அச்சாக்கம் : மணி ஆஃப்செட், சென்னை 600 005

Veyil thindra mazhai / Poems / Author : Nilarasikan / © Nilarasikan / Language: Tamil / First Edition : Dec.2010 / Demy 1x8 / Paper : 18.6 kg maplitho / Pages: 72 / Published by : Uyirmmai Pathippagam, 11/29 Subramaniam Street, Abiramapuram, Chennai - 600 018, India. Tele/Fax : 91-44 -24993448, e-mail : uyirmmai@gmail.com, Website: www.uyirmmai.com / Printed at Mani Offset, Chennai 600 005 / Price : Rs. 50

ISBN : 978-93-81095-17-1

நிலாரசிகன்

தூத்துக்குடி மாவட்டம் நடுவைக்குறிச்சியில் 1980ம் வருடம் பிறந்தார். இயற்பெயர் ராஜேஷ். தகவல் தொழில்நுட்பத் துறையில் தற்சமயம் சென்னையில் பணியாற்றி வருகிறார். இவரது கவிதைகள் இணையத் தில் துவங்கி பல்வேறு சிற்றிதழ்களிலும் இலக்கிய இதழ்களிலும் தொடர்ந்து வெளிவந்து கொண்டிருக் கின்றன. சென்ற வருடம் இவ்வருடைய முதல் சிறுகதை நூல் *யாரோ ஒருத்தியின் டைரிக்குறிப்புகள்* வெளியாகி பரவலான கவனம் பெற்றது. நவீன கவிதைகளில் இது இவரது முதல் தொகுப்பு.

இணையதளம்: www.nilaraseegananline.com

மின்னஞ்சல்: nilaraseegan@gmail.com

நன்றி

புன்னகை

மணல் வீடு

அகநாழிகை

உயிரோசை

கல்கி

ஆனந்த விகடன்

கல்வெட்டு பேசுகிறது

பயணம்

நவீன விருட்சம்

நவீன அகம் புறம்

அம்ருதா

வார்த்தை

யுகமாயினி

வடக்கு வாசல்

மற்றும்

அனைத்து நண்பர்களுக்கும்

அகக்கடலின் கரையில் சுவடுகள்
பதிய உலவிக்கொண்டிருக்கும்
அப்பாவின் நினைவுகளுக்கு...

பொருளடக்கம்

1. தனிமையின் இசையில் — 13
2. இதழ் உதிர்க்கும் பழகிய — 14
3. பாசிகள் படர்ந்த குளக்கரையில் — 15
4. உலர்ந்த உன் இதழ்களின் — 16
5. ஆழ்ந்த உறக்கத்திலிருந்த — 17
6. யாரோ ஒளிந்துகொண்டு உன்னையே — 18
7. கனவுகளில் — 19
8. எப்போதும் பிரிதலைப் பற்றிய — 20
9. அனல் நிறைந்த கோடையில் — 21
10. உச்சத்தின் முனகல்களை — 22
11. வனப்பு தொலைந்த — 23
12. பழுத்த மஞ்சள் இலைகளை — 24
13. உடலின் அதிர்வுகளில் — 25
14. என்னைச் சுற்றிய — 26
15. இருளின் கற்பை மின்னலொன்று — 27
16. மெல்ல மெல்ல ஆட்கொள்கிறது — 28
17. பெயரிடப்படாத மௌனத்தின் — 29
18. இரவிலும் பகலிலும் — 30
19. நீந்துதலின் சுகம் பற்றியும் — 31
20. காற்றுப்புகாத கண்ணாடிச்சுவரின் — 32
21. கால்கள் இழந்த கிழவனொருவன் — 33
22. முதலில் அது நத்தை என்றே — 34
23. உனக்கான கடைசி — 35
24. இரு அறைகளை — 36
25. மிகுந்த வெம்மையாயிருந்தது — 37
26. வெகு இயல்பாய் நிகழ்கிறது — 38
27. தனித்துவிடப்பட்ட இரவில் — 39

28.	கனவுகள் தகர்த்தெறிந்து	40
29.	தெருநாய்களின் நகக்கீறல்களால்	41
30.	ஒவ்வொரு சுவடுகளாக	42
31.	நீங்கள் இறந்து போவீர்கள்	43
32.	பறவைகளின் எச்சம்	44
33.	உதிர்ந்த முத்தங்களைப் பொறுக்கும்	45
34.	சிறுவனின் மணல்வீட்டை	46
35.	காயத்தின் ஆழத்தில்	47
36.	அறைக்குள் மெல்ல	48
37.	சப்தம் மரணிக்கும் இரவுகளில்	49
38.	காயப்படுத்துவதற்கென்றே	50
39.	புறக்கணிப்பின் முட்பாதை	51
40.	மழை ருசித்துக்கொண்டிருக்கும்	52
41.	கூரிய பற்களின் ஓரங்களில்	53
42.	வாழ்வின் மிகப்பெரும்	54
43.	மொழி மரணித்த இரவொன்றின்	55
44.	தெரிந்தே நிகழவிருக்கும் பிரிவை	56
45.	தவிர்த்தலையும் ரசனையுடன்	57
46.	யாருமற்ற பின்னிரவில்	58
47.	புழுதிகளால் நிறைந்திருக்கிறது	59
48.	நான் தனித்திருக்கும் உலகில்	60
49.	இந்த வலியை யாரிடம்	61
50.	இந்தக் கவிதை	62
51.	உலகின் மிக கனமான	63
52.	பெயரில்லா இந்த உலர்ந்த	64
53.	சிந்தனையின் பிறப்புத்துவாரம்	65
54.	நான்கு சுவர்களுக்குள்	66
55.	தனித்திருக்கும் வெளியில்	67
56.	ஈரம் படர்ந்த அதிகாலையொன்றில்	68
57.	இருள் நிறைந்த ஆழ் குழிக்குள்	69
58.	கடல் குடிக்கும் பறவைகள்	70
59.	பூக்களால் நீ அலங்கரிக்கப்பட்டிருக்கிறாய்	71
60.	மூன்று முறை என்னை நான்	72

தனிமையின் இசையில்

தனிமையின் இசையில்
பிறக்கின்றன
சிறகுகளற்ற பறவைகள் சில.
அவை எழுப்பும்
ஒலிக்குள்ளிருந்து வெளியேறுகின்றன
வர்ணமிழந்த பட்டாம்பூச்சிகள்.
பழுப்பு நிறத்தில்
கடக்கும் மேகங்கள்
நட்சத்திரங்களைச் சுமந்துபோகின்றன.
ஒவ்வொரு தாளத்திற்கும்
தலையசைக்கின்றன
இரவுச்செடிகள்.
துயர்மிகுந்த இரவின் பாடலை
உட்கொண்டு அருகருகே
மரணிக்கின்றன
நமது நாளைகள்.

இதழ் உதிர்க்கும் பழகிய

இதழ் உதிர்க்கும் பழகிய
வார்த்தைகளில் சலிப்புற்ற
பாதங்கள் தமக்கென தனிமொழியை
உருவாக்க ஆரம்பித்தன.
பூக்கள் மிதிக்கும் தருணங்களில்
மௌனத்தை மொழியாகக் கொள்ளவேண்டுமெனவும்
சுவடுகளை மிதித்தால்
மன்னிப்பை மொழியாக்க வேண்டுமெனவும்
தீர்மானித்தன.
வார்த்தைகள் ஏதுமின்றி மொழியொன்று
உருவானது.
ஒவ்வோர் உதடுகளாய் ஊமையாகி
பாதங்களின் மொழி
பூமியெங்கும் பரவ ஆரம்பித்தபோது
ஊனன் எனும் சொல்
பூமியின் அடியாழத்தில்
தொலைந்துபோயிருந்தது.

பாசிகள் படர்ந்த குளக்கரையில்

பாசிகள் படர்ந்த குளக்கரையில்
மீனுடலை ருசித்துக்கொண்டிருக்கும்
காகங்களை வெறிக்கிறதுன் கண்கள்.
தளர்ந்த உனது கால் வழியே
ஊர்ந்துசெல்கின்றன எறும்புகள்.
நாய்கள் நிறைந்திருக்கும் அந்திம
காலத்தில் நீரூற்றிய
தொட்டிச்செடியில் வண்ணம்
உதிர்த்துப் பறக்கிறது பட்டாம்பூச்சி.
குழந்தையாதலின் சாத்தியங்கள் ஏதுமற்ற
இரவொன்றில் உனக்கொரு
உடைந்த பொம்மையைப் பரிசளித்து
சிரிக்கிறது காலம்.
மென்காற்றில் சிதறும் சாரலில்
நனைந்தபடி தனித்தழுகிறாய்
நீ.

உலர்ந்த உன் இதழ்களின்

உலர்ந்த உன் இதழ்களின்
வெடிப்பில் நெடுங்கோடையின்
சாயல் ஒளிர்கிறது.
நீரில் மிதக்கும் கசங்கிய
காகிதத்தில் எழுதப்பட்டிருக்கிறது
உன் சரித்திரம்.
செவிக்குள் ரீங்காரமிட்டுக்கொண்டே
இருக்கின்றன மரணவண்டுகள்.
முற்றும் எழுதப்பட்டுவிட்டது
உன் வாழ்க்கை.
யாருமற்று/எதுவுமற்று விடிகின்ற
அதிகாலைகளிலும்
மழைப்பாடலுடன் துவங்குகிறது
உனது நாட்கள்.

ஆழ்ந்த உறக்கத்திலிருந்த

ஆழ்ந்த உறக்கத்திலிருந்த
நிசியில் விசித்திரமானதொரு
அரவம்கேட்டு விழித்தெழுந்தேன்.
அறை முழுவதும் நடமாடிக்கொண்டிருந்தன
புத்தகங்களைவிட்டு வெளியேறிய
சொற்கள்.
ஏதேதோ கோஷமிட்ட
அவைகளின் மொழி புரிந்துகொள்வதாயில்லை.
திடீரென்று அவைகளுக்குள்
பெரும் யுத்தமொன்று உருவாயிற்று.
செத்து வீழ்ந்தன சில.
தோற்று ஓடின சில.
வென்று திரும்பிய சொற்கள் ஓடிச்சென்று
மீண்டும்
புத்தகத்தினுள் நுழைந்துகொண்டன.
வீழ்ந்த சொற்களின் குருதியை
யாருமறியாமல்
ருசித்துக்கொண்டிருந்தது இரவு.

யாரோ ஒளிந்துகொண்டு உன்னையே

யாரோ ஒளிந்துகொண்டு உன்னையே
பார்ப்பதாக அடிக்கடி தோன்றுகிறது.
அதிர்வுகளால் நிரம்பி வழிகிறது
உன் தேநீர் கோப்பை.
இருளுக்குள்ளிருந்து எப்போதும்
கேட்கிறது ஏதோவொரு சப்தம்.
நீ நகர்ந்த பின்னும்
பிம்பங்களைக் காண்பிக்கிறது
கண்ணாடி.
மின்விசிறி அல்லது கூரை
இரண்டிலொன்று உன் சிரத்தை
விரட்டுகிறது.
கொக்குகளும் குருவிகளும்
உன் தலைமீது எச்சமிட்டுப்
பறக்கின்றன
மழை கண்டால் மட்டும்
சிலிர்க்கிறது உன்னுடல்.
இனி,
நிம்மதியாய் சாகலாம்
நீ.

கனவுகளில்

கனவுகளில்
இறப்பைக் கொண்டாடுகிறான்
அவன்.
சிதை அல்லது கல்லறை
ஏதோவொன்றில் அவனது வாழ்க்கை
முற்றுப்புள்ளியென மாறுவதில்
பெருமகிழ்ச்சி கொள்கிறான்.
தன் காலடியில்
மருண்ட விழிகளுடன் வானமும்,
தலைமயிர் கற்றைக்குள்
கதறி அழுகின்ற
பச்சைக் கடலும் அவனுக்கு
மிகுந்த உவப்பளிக்கிறது.
ஆதாம் ஏவாள் இருவரும்
அவனது குற்றவாளிக்கூண்டில்
தலைகுனிந்து நிற்கின்றனர்.
முதல் மனிதனின் இரண்டாம் தவறில்
ஜனித்தவன் நான் என்கிறான்.
கன்னத்தில் வழிந்தோடும்
கர்த்தனின் கண்ணீர் பிசுபிசுத்தபோது
கனவு கலைந்தவன்
இப்போது
தன் பிறப்பைக் கொண்டாடுகிறான்.

எப்போதும் பிரிதலைப் பற்றிய

எப்போதும் பிரிதலைப் பற்றிய
கனவுகளுடனே அவனிடம்
நீள்கிறது உங்களது உரையாடல்கள்.
அவனது வெள்ளைப் ப்ரியங்கள்
அனைத்திலும் இருளைப்
பூசுகின்றன உங்களது சொற்கள்.
கரம் பற்றி
உடல் தழுவி
இதழ் மலர்த்திய தருணங்களின்
தகிப்பில் அமிழ்ந்திருக்கும் அவனைத்
தேகம் தேடுபவன் என்கிறீர்கள்.
பழுப்பேறிய உங்கள் வார்த்தைகளில்
தன் சுயமழித்துத் திரிய
துவங்குகிறானவன்.
சில்லென்ற மழைவீட்டினுள்
நிகழ்ந்தேறுகிறது அந்நியனொருவனுடனான
உங்களது பேரானந்தப் புணர்ச்சி.

அனல் நிறைந்த கோடையில்

அனல் நிறைந்த கோடையில்
ஜனித்தவனுக்கு மழை
என்று பெயரிடுகிறீர்கள்.
அவனது மென் உணர்வுகளை
உங்களது அகோரச்சிரிப்பில்
மரிக்கச் செய்கிறீர்கள்.
அவனறியா பொழுதில்
வன்மத்தை அவனுள்
விதைத்து மறைகிறீர்கள்.
அரவம் தொலைந்த
நிசியில்
உணர்ச்சிகளின் வெளியில்
நடனமாடிச் சரிகிறானவன்.
இப்போது அவனுக்கு
வெயில் தின்ற மழை
என்று பெயரிடுகிறீர்கள்.

உச்சத்தின் முனகல்களை

உச்சத்தின் முனகல்களை
அவள் வெளிப்படுத்த
எத்தனித்தபோது
உருவம் பெற்ற நிசப்தம்
அவளது சப்தங்களைத்
தின்று
என்னை நோக்கி வெறித்தது.
நிர்வாணத்தில் சுகித்திருந்தவனின்
கரம் பற்றி இழுத்துப்போனது.
இருளடைந்த அறைக்குள்
நுழைந்து
என்னைப் புணர் என்றது.
மறுப்பேதும் உரைக்காமல்
உடல் உதறி
நிசப்தத்திற்குள் நுழைந்துகொண்டேன்
நான்.

வனப்பு தொலைந்த

வனப்பு தொலைந்த
மழைநாளில்தான் நிகழ்ந்தேறியது
நம் மரணம்.
குளிரில் நடுங்கும் நாய்க்குட்டிகளின்
கதறல்களை நீ
கேட்கவில்லை.
கிளை முறிந்து ஊனமாகும்
மரங்களின் மௌனம் நான்
உணரவில்லை.
ஒரு பறவை
உதிர்த்து சென்ற இறகை
நனைத்துக்கொண்டே இருக்கிறாள்
மழைப்பெண்.

பழுத்த மஞ்சள் இலைகளை

பழுத்த மஞ்சள் இலைகளை
ஒடித்துப்போடுகிறாள் வனத்தை
சுத்தம் செய்வதாகத் திரியும்
பாவனைப்பெண்.
பச்சை இலைகள் துயர்மிகுந்த
தலையசைப்புடன்
விடைகொடுக்கின்றன.
இளைப்பாற இலைதேடும்
வண்ணத்துப்பூச்சிகள்
வீழ்ந்து மரித்த மஞ்சள்
இலைகள் மீது வந்தமர்கின்றன.
பாவனைப்பெண்ணின் உடல்
கணப்பொழுதில்
நிறமிழந்து மண்ணில்
சரிகிறது.
அவள் உடலுக்குள்ளிருந்து
வெளியேறுகின்றன
அடர் மஞ்சள் நிற வண்ணத்துப்பூச்சிகள்.

உடலின் அதிர்வுகளில்

உடலின் அதிர்வுகளில்
நிரம்பி வழிகிறது
உனக்கென நான் எழுதிய
பாடல்.
என்னுள்ளிருந்து வெளியேறும்
வெப்பம் சலசலத்தோடும்
நீரோடையின் சாயலைக் கொண்டிருக்கிறது.
தீரா இசையின் கண்ணீரில்
நிறைகிறது யாக்கை.
அடர்குளிரடிக்கும்
கனத்த இரவில்
தனித்தனியே அழுது பிரிகின்றன
உதிர்ந்த நம் கனவுகள்.

என்னைச் சுற்றிய

என்னைச் சுற்றிய
வெற்றிடமெங்கும்
சிறு சிறு பிம்பங்களாய்
நீ
உருமாறியிருக்கிறாய்.
ஒவ்வொரு பிம்பமும் உனது
வெவ்வேறு முகங்களை
அணிந்திருக்கிறது.
பைத்தியநிலை முற்றிய
ஒரு முகமும்
வெளிறிய புன்னகையோடு
ஒரு முகமும்
மர்மம் சூழ்ந்த
கறுப்புக்காடுகளை நினைவூட்டுகின்றன.
எதற்கென்று அறியாமல்
அழுதுகொண்டே இருக்கும்
ஒரு முகத்தில் மட்டும்
சிதறிக்கிடக்கின்றன
ஓராயிரம் ரோஜாக்கள்.

இருளின் கற்பை மின்னலொன்று

இருளின் கற்பை மின்னலொன்று
இரு துண்டுகளாய் வெட்டி எறிய
முயன்று கொண்டிருக்கிறது.
உலகின் மிகப்பெரும் துளி
அலையின்றி மௌனித்துக் கிடக்கிறது.
சுவாசம் தொலைந்த காற்று
வீதியெங்கும் புலம்பித் திரிகிறது.
முறிந்து விழுகின்றன விருட்சங்கள்.
அங்குமிங்கும் பரிதவித்த
இருள்
யாருமற்ற மணல்வெளியில்
பொத்தென்று விழுந்தபிறகு
ஒளிக்கண்களைத் தீரத்துடன்
திறந்தேன் நான்.

மெல்ல மெல்ல ஆட்கொள்கிறது

மெல்ல மெல்ல ஆட்கொள்கிறது
பகலின் கீற்றுகள்.
முழுவதும் பகலான
மதியவேளையில்
உக்கிரதாண்டவமாடுகிறது
சில ஞாபகங்கள்.
பிரிவின் தகிப்பில் உதிர்ந்த
இலைகளை மிதித்தழித்து
உச்சமடைந்த ஞாபகங்கள்
ஒவ்வொன்றாய்
வீழ்ந்து மரித்தன.
தாங்கமுடியாத வலியுடன்
ஓடிச்சென்று இரவுக்குள்
நுழைந்து வழிகின்ற
கண்ணீரைத் துடைக்கிறது
பகலின் கரம்.

பெயரிடப்படாத மௌனத்தின்

பெயரிடப்படாத மௌனத்தின்
எல்லையில் அந்தக்
கண்கள் நிலைத்திருந்தன.
அடர்குளிரில் நடுங்கும்
ஊமைக்குருவிகளின் மொழி
அந்த விழிகளுக்கு மட்டுமே
புரிவதாய் இருந்தது.
யாருமற்ற
மூன்றாம் ஜாமத்தில்
அவ்விழிகள் சடலமாக மாறியிருந்தபோது
நிறமிழந்த
ஓராயிரம் சொற்கள்
நீண்ட வரிசையில் அதனை
மொய்க்கத்துவங்கின.
மௌனத்தின் மரணம்
அநாதையாய் வீதியில் கிடந்தது.

இரவிலும் பகலிலும்

இரவிலும் பகலிலும்
பிம்பங்களை உள்வாங்கி
சலித்த கண்ணாடி
ஒவ்வொரு முறையும்
வெவ்வேறு பிம்பத்தைக்
காண்பிக்கத் துவங்குகிறது.
சுயம் தொலைந்த நிஜம்
தெரியாமல் நீங்கள்
யாரோ ஒருவனைத்
தினம் சந்திக்கிறீர்கள்.
உங்களுக்கான நிறம்
கரைந்துருகி மறையும் அந்தியில்
பிம்பங்களற்ற உருவத்தில்
உலாவுகின்றன
உங்களது வெற்றுடல்கள்.

நீந்துதலின் சுகம் பற்றியும்

நீந்துதலின் சுகம் பற்றியும்
சுதந்திரம் பற்றியும் பேசிக்கொண்டன
இரு மீன்கள்.

குளம் வற்றிய ஓர் இரவில்
பறத்தலின் சுகம் பற்றி அவை
பேச ஆரம்பித்தன.

உரையாடல் முடியும் முன்பே
நின்றுபோனது அனைத்தும்.

மௌனசுகத்துடன் சிரித்துக்கொண்டது
வெண்ணிலா.

காற்றுப்புகாத கண்ணாடிச்சுவரின்

காற்றுப்புகாத கண்ணாடிச்சுவரின்
மறுபக்கத்தில்
கண்கள் மூடி அமர்ந்திருக்கிறார்
அவர்.

ஓர் இலையை இழுத்துக்கொண்டு
மரமேறிக்கொண்டிருக்கிறது
கட்டெறும்பு.

இறைக்கும் இயற்கைக்கும்
நடுவே
தங்கள் நிழலுடன் யுத்தமிட்டு
சரிகிறார்கள்
இந்த வழிப்போக்கர்கள்

கால்கள் இழந்த கிழவனொருவன்

கால்கள் இழந்த கிழவனொருவன்
ஊர்ந்து செல்லும் வழியெங்கும்
கற்களைப் பொறுக்கியபடி செல்கிறான்.
அவனது கூடையை நிரப்புகின்றன
கருங்கற்கள்.
நதிக்கரையை அடைந்தவுடன் ஒவ்வொரு
கற்களாக நீரில் எறிந்து மகிழ்கிறான்.
கற்கள் எழுப்பும் அலைகளில்
மெல்ல கால் முளைத்துப்
பால்யத்திற்குள் நுழைகிறான்.
தாய்மையின்
சாயலுடன் மிதந்தபடி நகர்கிறது
அந்நதி.

முதலில் அது நத்தை என்றே

முதலில் அது நத்தை என்றே
எண்ணியிருந்தேன்.
பின்
சிறகுகள்
முளைக்கத்துவங்கியபோது
பட்டாம்பூச்சியோ என்று வியந்தேன்
ஆனால் அதுவொரு
சிட்டுக்குருவியைப் போலிருந்தது.
அறைக்குள் அங்குமிங்கும்
பறந்து
வினோத ஒலியெழுப்பியபடி
இருந்தது.
சற்று நேரத்தில் அறையெங்கும்
அதன் எச்சத்தால் நிரப்பிவிட்டு
கூரையைப் பிய்த்து எறிந்து பறந்து சென்றது.
இப்படித்தான் நிகழ்ந்தது உன்
வருகையும்
இருத்தலும்
பிரிதலும்.

உனக்கான கடைசி

உனக்கான கடைசிக்
கடிதத்தை நான்
எழுதிக்கொண்டிருக்கையில்
புரிந்துகொள்ளப்படாத எனதன்பில்
விழுந்திருந்த கீறல்
உடைந்திருக்கக்கூடும்.

அறியப்படாத பூவொன்றின்
வாசனையில் லயித்திருக்கும்
உனக்கென் பிணத்தின்
வாடை திடுக்கிடச்செய்யலாம்
அல்லது
கைதட்டவும் தோன்றலாம்.

எவ்வளவு முயன்றும்
நினைவில் மலராத
கனவென மரணிக்கின்றன
என் ப்ரியங்கள்.

இரு அறைகளை

இரு அறைகளை
மட்டுமே தனக்குள்
நிறைத்திருந்த அச்சிறு
வீட்டின் ஓர் அறையின்
மூலையில் ஒடுங்கியிருந்தேன்.
அடுத்த அறையிலிருந்து
துவங்கிய
நீர்சொட்டும் ஒலி
பின்னிரவைக் கடந்து
வைகறையிலும் கேட்டது.
அதிகாலையில் அடங்கியிருந்தது
எனக்குள் மட்டுமே
ஒலித்த ஓலம்.

மிகுந்த வெம்மையாயிருந்தது

மிகுந்த வெம்மையாயிருந்தது
ஒரு சொல்.
வெம்மையின் கதிர்கள் முதலில்
நுழைந்தது செவியில்.
செவிக்குள் நுழைந்த அச்சொல்லின்
வெட்பம் இதயத்திற்கு இடம்பெயர்ந்திருந்தது
வலியின் நீட்சியில்.
இதயம் கருகி கண்ணீராய்
வெளியேறுகையில்
மறுசொல்லுக்காய் காத்திருக்க
ஆரம்பித்தது சுயம்.

வெகு இயல்பாய் நிகழ்கிறது

வெகு இயல்பாய் நிகழ்கிறது
நம்மிடையேயான
ப்ரியங்களின் நீங்குதல்.

பிரிவுகுறித்த பிரக்ஞையற்று
உறைந்திருக்கும் உயிரின் மீது
தன் கூரியபற்களைப் பதிக்கிறது தனிமை.

எதிர்ப்புகளின்றி
வெட்டுண்ட மரமென
வீழ்கின்ற
உயிரில் படிய ஆரம்பிக்கிறது
நீங்குதலின் ரத்தக்கறை.

தனித்துவிடப்பட்ட இரவில்

தனித்துவிடப்பட்ட இரவில்
நெருப்பை உமிழ்ந்து
கொண்டிருந்தன தனிமையின்
நாவுகள்.
நடுச்சாமத்தில் தட்டப்பட்டது
அறைக்கதவு.
விடியத்தொடங்கிய அதிகாலை,
தனிமையின் மீது
உமிழ்ந்துவிட்டுப் புரண்டு படுத்தேன்.

கனவுகள் தகர்த்தெறிந்து

கனவுகள் தகர்த்தெறிந்து
இருளைச் சுமந்துகொண்டு
விரைந்து வந்த பட்சி
என்னைக் கௌவிப்பறந்தது...

விதிர்விதிர்த்து
கண்கள் இறுக மூடி
ஏதேதோ
முணுமுணுத்தன என்னுதடுகள்..

முட்கள் நிறைந்த புதரொன்றில்
எனை வீசி சென்றது
அப்பறவை..

வீழ்ந்து கிடத்தலைவிட
பறந்து சாதலே பெரிதென
உணர்த்தின
சவப்பெட்டிக்குக் காத்திருக்கும்
துருப்பிடித்த ஆணிகள்.

தெருநாய்களின் நகக்கீறல்களால்

தெருநாய்களின் நகக்கீறல்களால்
கதறிக்கொண்டிருந்தது
தகர குப்பைத்தொட்டி...
நைந்த புடவையொன்றில்
குளிர்தவிர்க்க இயலாமல்
முனகிக்கொண்டிருந்தாள்
பிச்சைக்காரி ஒருத்தி..
மரக்கிளையில்
சிருங்கார சப்தம் எழுப்பி
புணரத் துடித்தன
தேன்சிட்டுகள்...
விதவிதமான சப்தங்களுடன்
மௌனத்தால்
உரையாடியபடி நீண்டு
செல்கிறது இரவுத்தெரு.

ஒவ்வொரு சுவடுகளாக

ஒவ்வொரு சுவடுகளாக
அழித்தபடி
நகர்கின்ற வெப்பக்காற்றின்
வேகம் குறைந்த கணத்தில்
ஆர்ப்பரிக்கும் அலைகள்
அடங்கியிருந்தன.
சிறியதொரு இடைவெளியில்
மீண்டும் கரைகளை அரிக்கத்துவங்கின
அவ்வலைகள்.
அழித்தொழிந்த சுவடுகள் உயிர்பெற்று
நர்த்தனமாடுகின்ற காட்சியைக்
கண்டுகளிக்க
யன்னலின் வழியே உள்நுழைந்தது
வெண்பிறை.

நீங்கள் இறந்து போவீர்கள்

நீங்கள் இறந்து போவீர்கள்
என்று சொல்லித்திரிபவனைச்
சந்தித்தேன்.
தான் காணும் மனிதர்களிடம்
அவன் உதிர்க்கும் மூன்று வார்த்தைகள்
அவை மட்டுமே.
குரூரத்தின் உச்சம் இவனென்றார்கள்.
ஒரு பன்றியைப் பார்ப்பதுபோல்
அவனைப் பார்த்து நகர்ந்தார்கள்
எதைப்பற்றிய பிரக்ஞையுமின்றி
நீங்கள் இறந்து போவீர்கள்
என்று முகம் நோக்கி சொல்பவனை
நீங்களும் காணக்கூடும்
வழியிலோ
அல்லது
கண்ணாடியிலோ.

பறவைகளின் எச்சம்

பறவைகளின் எச்சம்
மண் தொட இயலா
அடர்வனத்தில்
உலவுகிறார்கள் சிறுமிகள்.
அவர்களது பாதச்சுவடுகளில்
தேங்கி நிற்கும் நீரைப்
பருகி மகிழ்கின்றன விலங்குகள்.
இருள் நிறைந்த அவ்வனத்தில்
பொழிந்துகொண்டே இருக்கிறது
மழை.
எதற்கிந்த கனவென்றே
புரியாமல் கரைகிறது
இவ்விரவு.

உதிர்ந்த முத்தங்களைப் பொறுக்கும்

உதிர்ந்த முத்தங்களைப் பொறுக்கும்
நட்சத்திரா தன் கன்னத்தின் சுருக்கங்களை
வருடிக்கொடுக்கிறாள்.
சிதறிக்கிடக்கும் முத்தங்களின் நடுவே
காலம் கண்சிமிட்டிக்கொண்டிருப்பதை
வலியுடன் நோக்குகிறது அவளது கண்கள்.
தீராப்பசியுடன் வானம் பார்த்துக்
கதறுகின்றன வீழ்ந்த இலைகள்.
மெல்ல வலுக்கிறது
நிறமற்ற மழை.

சிறுவனின் மணல்வீட்டை

சிறுவனின் மணல்வீட்டை
அழித்துப்போனது அலை.
அவளது முதல் கோலத்தை
நனைத்துச் சிரித்தது மழை.
வேலியோர முள்ளில்
உடைபடுகிறது பலூன்காரனின்
வெண்ணிற பலூன்.
காரணம் அறியாமல்
அழுதுதீர்க்கிறார்கள்
அவர்கள்.

காயத்தின் ஆழத்தில்

காயத்தின் ஆழத்தில்
ஒரு முகம் மிதந்து கொண்டிருக்கிறது.
புரிதலின் பிழையால் பிரிந்த
இருநிழல்களின் சாயலுடன்
சலனமின்றி மிதக்கிறது அம்முகம்.
அன்பின் கதவுகள் நிரந்தரமாய்
மூடப்படுகின்றன.
எதிர்பார்ப்புகளற்ற இறைக்குள்
நுழைந்து மௌனிக்கிறது மனம்.
வழிந்தோடிய
கண்ணீர்த்தடத்தில் புதைக்கப்படுகின்றன
கவிதைகளின் ஊமைக்காயங்கள்.

அறைக்குள் மெல்ல

அறைக்குள் மெல்ல
நுழைகிறது நிசப்தம்.
அரூப அலையாய்
என்னை சூழ்ந்துகொள்கிறது.
பின்,
பேரானந்தம் தரும்
கரங்களால்
என்னுயிரைத் திருகி எறிந்து
வெற்றுடல் மேல்
உமிழ்ந்து
ஒன்றும் அறியாத
பாவனையுடன் வெளியேறியது.
இப்போது,
ஓயாத பெரும் இரைச்சல்
ஒலித்துக்கொண்டே இருக்கிறது
நிசப்த கணங்களில்.

சப்தம் மரணிக்கும் இரவுகளில்

சப்தம் மரணிக்கும் இரவுகளில்
மயானத்தின் நடுவில்
நடனமாடத் துவங்குகிறாள்
அவள்.
ஈரம் படிந்த
சாம்பல் மீது ஓயாமல்
தொடர்கிறது அவளது
நடனம்.
கலைந்த கூந்தல்
தோகையென காற்றில்
மிதக்கிறது.
கொன்றைகள் இருநிலவுகளாய்
ஒளிர்கிறது.
கண்களில் நீர்வர ஆடிய பின்
வதங்கிய பூவாய்
தரையில் வீழ்ந்து மரிக்கிறாள்.
மழைப்பெண்ணின் மரணத்தில்
முகம் மலர்த்துகின்றன
கல்லறை பூக்கள்.

காயப்படுத்துவதற்கென்றே

காயப்படுத்துவதற்கென்றே
மௌனங்கள் சிலவற்றை
உருவாக்குகிறாய்.
பூப்பறித்தலின் ஆனந்தத்தை
அவை உனக்களிக்கலாம்.
அல்லது
அப்பழுக்கற்ற குழந்தைமையின்
குதூகலத்தை உணர்வுகளில்
தெளிக்கலாம்.
இடுகாட்டில் எரிகின்ற உன்
சுயத்தின் கருகியவாடையை
என்னை நோக்கி சுமந்து
வருகின்றன
அந்த மௌனங்கள்.
வலி நிறைந்த
புன்னகையுடன்
இருகரம் விரித்து வரவேற்கிறேன்.
எங்கோ
உருப்பெற்றுக்கொண்டிருக்கின்றன
என் கல்லறைக்கான
செங்கல்கள்.

புறக்கணிப்பின் முட்பாதை

புறக்கணிப்பின் முட்பாதை
என்னை வந்தடைகிறது.
வழியெங்கும் மரித்துக் கிடக்கின்றன
சிறகிழந்த பட்டாம்பூச்சிகள்.
ஈர்ப்பின் அர்த்தம் அறியாத
பாதங்களில் மிதிபடுகின்றன
விருப்பங்கள் சில.
சுயத்தின் மரண ஊர்வலத்தில்
பூக்கள் தூவிச் செல்கிறாள்
சிறுமியொருத்தி.
சுயம் கவிதையென்று
பொருள் கொள்க.

மழை ருசித்துக்கொண்டிருக்கும்

மழை ருசித்துக்கொண்டிருக்கும்
விசித்திரமான இரவு இது.
ஒவ்வொரு துளியாய்
பீமழையின் குருதியைப் பருகி
திளைக்கிறது இரவு.
இரவின் கண்கள் ஓர்
ஓநாயின் குரூரத்தைக் கொண்டிருக்கின்றன.
புலன்கள் ஒடுங்கிய அறைக்குள்
கனவுகளின் மரணச்சத்தம்
மௌனமாக ஒலிக்கும் தருணம்
மழையின் ஈரத்தில்
சில்லிடுகிறது உடல்.
ஒரு நீண்ட மௌனத்தின்
நடுவே இரவாக நீயும்
மழையாக நானும் அமர்ந்திருக்கிறோம்.

கூரிய பற்களின் ஓரங்களில்

கூரிய பற்களின் ஓரங்களில்
என் குருதி படிந்திருக்கிறது.
புசித்த களைப்பில் நிஜம்
உதிர்க்கிறாய்.
காமத்தின் துவக்கப்புள்ளி
பற்றி எரிந்துகொண்டிருக்கிறது.
சாம்பலென உதிர்கிறேன்.
சர்ப்பவாசம் அறைக்குள் ஊடுருவும்
தருணம்
நேசத்தின் முகமூடி அணிந்து
வெளியேறுகிறாய்,
விஷம் தோய்ந்த வார்த்தைகளை
வீதியெங்கும் சிதறவிட்டபடி.

வாழ்வின் மிகப்பெரும்

வாழ்வின் மிகப்பெரும்
தவறை ஒரு சொல்லாக்கினேன்.
எனது பிம்பத்தை தின்று
தீர்த்த அச்சொல் ஒரு வாக்கியமானது.
உடலெங்கும் படர்ந்த
அவ்வாக்கியம்
ஒரு பொய்யாக உருப்பெற்றது.
இப்போது,
பொய்யின் வடிவத்தாலான
கனவுச்சில்லுகளில்
எனக்கான கடைசி விருப்பங்களை
எழுதிக்கொண்டிருக்கிறேன்.

மொழி மரணித்த இரவொன்றின்

மொழி மரணித்த இரவொன்றின்
தாழ்வாரத்தில் சிதறிக்கிடக்கின்றன
சில ஞாபகங்கள்.
இருத்தல் தொலைந்த அவமானத்தில்
உடைகிறது தேநீர்க்கோப்பை.
சிறகறுந்த பறவைகளின் குருதி
மிகுந்த வெப்பத்துடன் அறை நிரப்புகிறது.
காரணங்கள் ஏதுமின்றி வீறிடுகிறது
இந்த உயிர்மிருகம்.

தெரிந்தே நிகழவிருக்கும் பிரிவை

தெரிந்தே நிகழவிருக்கும் பிரிவை
ஒரு மழைத்துளியாக்கி உன்னிடம் கொண்டுவருகிறேன்.
கடலடியில் நகரும் ஆழ்ந்த மௌனத்துடன்
என்னை எதிர்கொள்கிறாய்.
அறுந்து விழுகின்ற சொற்களுடன்
தடுமாறும் என் கரம் பற்றுகிறாய்.
உனக்கென நான் கொணர்ந்த
மழைத்துளி கடலாகி நம்மைச் சூழ்கிறது.
தெரிந்தே தவற விடுகிறோம்
நம் மகத்தான அன்பின்
கண்ணாடியை.
உனக்கும் எனக்கும் இடையில்
மெல்ல எழுகிறது
காலத்தின் கறுப்புச் சுவர்.

தவிர்த்தலையும் ரசனையுடன்

தவிர்த்தலையும் ரசனையுடன்
என்னில் தெளிக்கிறாய்.
உன் விலகல் ஒரு நட்சத்திரம்
போல் மிளிர்கிறது.
வெறுமை நிறைந்த சொற்களை
உதிர்த்தபடி செல்கிறதுன்
இதழ்கள்.
எவ்வித உணர்வுகளுமின்றிப்
புன்னகைக்க கற்றுக்கொண்டாய்.
மழை சத்தமின்றிப் பெய்து
ஓய்கிறது.
கண்ணீர் உடைந்த
நிலாத்துளிகளாய் உருள்கிறது.
என்றேனும்
ஏகாந்தத்தின் சௌந்தர்யத்தில்
நீ
லயித்திருக்கும் தருணத்தில்
காற்றில் மிதந்து வரக்கூடும்
சிறகறுந்த கனவொன்றின்
குருதி தோய்ந்த இறகுகள் சில.

யாருமற்ற பின்னிரவில்

யாருமற்ற பின்னிரவில்
கசிகின்ற விழியுடன்
என்னிடம் சரணடைவாள்.
மடியில் முகம்புதைத்து
விசும்புகின்ற
அவளின்
கருங்கூந்தல் இருண்ட
முகிலை ஒத்திருக்கும்.
வெண்ணிறத்தில் மெல்லியதொரு
ஆடை
அவள் மேனியெங்கும்
நதியென தவழ்ந்தோடும்.
தளர்ந்த விரல்களால்
என் தலைகோதி,
தகிக்குமவள் முலைகளில்
எனை மூழ்கிடச் செய்திடுவாள்.
கண்ணீரின் காரணத்தைக்
கடைசிவரை சொல்லாமல்
காற்றோடு கரைந்து
மறைந்திடுவாள்.
விடியலில் மனமெங்கும்
வியாபித்திருப்பாள்
முகம்மட்டும் மறைத்தபடி.

புழுதிகளால் நிறைந்திருக்கிறது

புழுதிகளால் நிறைந்திருக்கிறது
நீ வசிக்கும் அறையின்
கண்ணாடி சன்னல்கள்.
தூர வானின் நீலம்,
வெளிச்சமற்ற அறையின்
இருள்,
இரக்கமற்ற வார்த்தையின்
சிவப்பு என
உன் கண்ணீர்
மூன்று நிறங்களின்
கலவையாய் வழிந்தோடுகிறது.
நீயோ சலனமின்றி
சன்னல் புழுதியில்
என் பெயரை
எழுதிக்கொண்டிருக்கிறாய்.

நான் தனித்திருக்கும் உலகில்

நான் தனித்திருக்கும் உலகில்
என்னுடன் பயணிக்கிறது
நிழலொன்று.
எங்கிருந்து வந்ததென்றும்
யாருடையதென்றும் புரியவில்லை.
நடந்தும் ஓடியும் அதனிடமிருந்து
தப்பித்துவிட இயலாமல்
தளர்ந்து அமர்கிறேன்.
மெதுவாய் என் நிழலிடம்
பேச ஆரம்பித்தது
அந்த அந்நிய நிழல்.
புரிந்து கொள்ள முடியாத
மொழியில் இரு நிழல்களும்
பேசுவதை ஊமையாய்ப்
பார்த்துக்கொண்டிருக்கிறேன்
நான்.

இந்த வலியை யாரிடம்

இந்த வலியை யாரிடம்
பகிர்ந்துகொள்வது?
தினம் மாலை தன் பேரனுடன்
வீட்டைக்கடக்கும் கிழவன்
என் வலியைப் புரிந்துகொள்ளப்போவதில்லை.
சாலையோரம் நிற்கும்
இந்த மரங்களிடமும்
தொலைவில் பொழியும்
மழையிடமும் நான்
இந்த வலியைப் பகிர்ந்துகொள்ளக்கூடும்.
பின்னொருநாள்
காலம் தின்ற பின்
மழையாகப் பொழிந்து
மரமாக என் வலிகள் அனைத்தும்
மீண்டும் துளிர்விடக்கூடும்.
ஜூலி!
அப்பொழுதாவது அந்த மரங்களின்
நிழலில் நின்று நீருற்ற
நீ சம்மதிக்கவேண்டும்!

இந்தக் கவிதை

இந்தக் கவிதை
இப்பொழுதுதான் பிறந்திருக்கிறது.
தாலாட்ட யாருமற்ற பின்னிரவில்
பீறிட்டு எழும் அழுகை
ஏதுமின்றி வெகு இயல்பாய்
மலர்ந்திருக்கிறது.
கால்களை உதைத்துக்கொண்டு
கண்களை உருட்டியபடி
விழிக்கிறது.
துணி விலக்கி பாலினம்
என்னவென்று அறிந்துகொள்ளாத வரையில்
இக்கவிதை
சிரித்துக்கொண்டுதானிருக்கும்.

உலகின் மிக கனமான

உலகின் மிக கனமான
பொருளை நான் சுமந்து வந்தேன்.
மார்பில் ஊர்ந்து உடலெங்கும்
பரவி உயிரின் வேரில்
அமர்ந்துகொண்டது அப்பொருள்.
பின்,
அதனுடன் ஓர் உரையாடல்
ஆரம்பமானது.
இலை பிரியும் தருணம் பற்றியும்
நீள் கனவொன்றின் உதிரம் பற்றியும்
உரையாடி சலித்தபோது
அதன் எடை குறையத் துவங்கியிருந்தது.
நீராலான அதன் பெயரைக்
கண்ணீரென்று நீங்கள் உணரும்போது
விலங்கின் உருவிலிருந்து
பறவையாக
மாறியிருக்கும் என் தேகம்.

பெயரில்லா இந்த உலர்ந்த

பெயரில்லா இந்த உலர்ந்த
இரவை முத்தங்களால்
நிரப்பிக்கொண்டிருக்கிறது மழை.
பல நாட்கள் பத்திரப்படுத்திய கனவுகள்
ஒவ்வொன்றாய் வீழ்ந்து மரிப்பது
பற்றிய கவலையேதுமின்றி
முத்தமிடுகிறது மழை.
மௌனம் கிழித்து வார்த்தைகள்
வெளிக்குதித்தோடி மறைகின்றன.
தியானவெளியில் வெண்ணிற
உடையுடன் அலைகிறாள் அவள்.
தன் நிர்வாணம் கண்டு வெட்கி
மறைகிறது மழை.
இரவின் சருகுகள் உதிர்கின்ற
மூன்றாம் சாமத்தில்
உனக்கொரு கடிதம் எழுத
அமர்கிறேன் நான்.

சிந்தனையின் பிறப்புத்துவாரம்

சிந்தனையின் பிறப்புத்துவாரம்
வழியே வெளியேற
முயன்று கொண்டிருக்கிறது
வார்த்தையொன்று.
சிறு முட்களால் சூழ்ந்திருக்கும்
அவ்விடம்
உதிரம் குடிக்கும் புலமென்பதை
அறிந்துகொள்ளாமல்.
காயங்களுடன் வெளியேறிய
அந்தியில்
அவ்வார்த்தையைப் புணர
காத்திருந்தன வாக்கிய சைத்தான்கள்.
ஒரு காவியத்தின்
முதல் வார்த்தை
மரணம் நோக்கி நகர்ந்துகொண்டிருக்கிறது.

நான்கு சுவர்களுக்குள்

நான்கு சுவர்களுக்குள்
சுற்றிச் சுற்றி வரும்
ஏதோ ஒரு பறவை
விட்டுச்சென்ற இறகு
நான்.

தனித்திருக்கும் வெளியில்

தனித்திருக்கும் வெளியில்
உருக்குலைந்து கிடக்கிறது
ஓர் ஓவியம்.
மின்னல்களால் சூழ்ந்த
மாயப்பெண்ணொருத்தி அகோரமாய்
சிரிக்கிறாள்.
உடைந்த ஓவியத்துகள்கள்
வெளி நிரப்புகின்றன.
மெழுகுவர்த்தி ஏந்திக்கொண்டு
மெல்ல துகள் வழி
வெளி வருகின்றன
பறவைகள் சில.
இறகுகளால் நிறைந்திருக்கும்
இருளறையில்
சன்னமாய் கேட்கிறது
ஊமையொருத்தியின்
விசும்பல்சப்தம்.

ஈரம் படர்ந்த அதிகாலையொன்றில்

ஈரம் படர்ந்த அதிகாலையொன்றில்
நிகழ்ந்தது அந்நிகழ்வு.
அற்புதமானதொரு பாடலை இசைத்தபடி
சென்றார்கள் சிலர்.
நதியடியில் விரைந்தோடும்
கூலாங்கற்களின் கதறல்
எவரும் அறியவில்லை.
நீண்டநாட்கள் தேக்கி வைத்த
முத்தமொன்று உலர்ந்து வீழ்கிறது.
வீழ்ந்த முத்தம் கண்ணீருடன்
பூமிக்குள்
புதையுண்ட தருணம்
வேறோர் உலகில்
முலைகள் விம்ம சிரித்துக்கொண்டிருந்தாள்
அவள்.
ஓர் உறவின் பிரிதல்
இப்படித்தான் நிகழ்ந்தது.

இருள் நிறைந்த ஆழ் குழிக்குள்

இருள் நிறைந்த ஆழ் குழிக்குள்
வீழ்ந்து மரித்தன வார்த்தைகள்.
சிறிது நேரத்தில் வார்த்தைகளற்ற
அறையில் தனித்திருந்தேன்.
உயிர்கூசும்
மௌனத்தின் நர்த்தனம்
நடுநிசி வரை தொடர்ந்தன.
ஒரு பொழுதில்
களைத்து வீழ்ந்தது மௌனம்.
ஆழ்குழிக்குள்ளிருந்து ஒவ்வோர்
வார்த்தையாய் வெளிக்குதித்து
எனை தின்னத்துவங்கின.
கொடுங்கனவிலிருந்து மீண்டு
மௌனத்திற்குள் புதைகிறதென்
உடல்.
அங்கே
கூர்வாளுடன் காத்திருக்கின்றன
வார்த்தை வடிவ இரு விழிகள்.

கடல் குடிக்கும் பறவைகள்

கடல் குடிக்கும் பறவைகள்
புதர் மண்டிய ஆரஞ்சு தோட்டத்தைக்
கடக்கின்றன.
பறந்துகொண்டே புணர்கின்றன
உதிர நிறத்தாலான வண்ணத்துப்பூச்சிகள்.
கற்பாறைகளின் நடுவே
நெளிந்துகொண்டிருக்கும் சாலையில்
நிழல் உதிர்த்து பறக்கிறாள்
ஒரு தேவதை.
முள் தைத்த வலியுடன்
நொண்டிச்செல்கிறான் சிறுவனொருவன்.
கனத்த மௌனத்தில் கரைந்தழுதபடி
இரவுக்குள்
நுழைகிறது இவ்வோவியம்.

பூக்களால் நீ அலங்கரிக்கப்பட்டிருக்கிறாய்

பூக்களால் நீ அலங்கரிக்கப்பட்டிருக்கிறாய்
இறுகத் தழுவிக்கொண்டு நெற்றியில்
ஓர் ஒற்றை முத்தமிட நினைத்து
தோற்கிறேன்.
நம்மிடையே காலம்
அழுகிய புன்னகையுடன் நிற்கிறது.
உயிருடன் நம் வண்ணத்துப்பூச்சி
புதைக்கப்படுகிறது.
நாம் செல்லவேண்டிய
பாதைகள் நம் அனுமதியின்றி
அடைக்கப்படுகின்றன.
வெவ்வேறு திசையில் ஆரம்பமாகும்
பயணத்தில்
நீ
மழையின் நடுவே நடந்து செல்கிறாய்.
நான்
மழையாதலின் சாத்தியக்கூறுகள் பற்றிய
சிந்தனையில் ஆழ்ந்து மறைகிறேன்.

மூன்று முறை என்னை நான்

மூன்று முறை என்னை நான்
வரைந்து பார்த்தேன்.
முதல் முறை இருள் கவிந்திருக்கும்
அறையொன்றினுள்ளிருந்தும்
இரண்டாம் முறை நிலவொளியிலும்
மூன்றாம் முறை
முலைகளின் வெம்மையில்
சுகித்திருந்தபோதும்
வரைந்து பார்த்தேன்.
ஒவ்வொரு முறையும்
வெவ்வேறு உருவம் எனதாகியிருந்தது.
மகிழ்வுக்கும் துயருக்கும்
இடையே மிதந்துகொண்டிருக்கும்
என் பிம்பத்தினை காலம்
தன் இடக்கையால்
வரைந்துகொண்டிருக்கிறது